쌘뽐

ท้าวแสนปม

글_ **수켓싹 완와짜**(태국어), **신옥주**(한국어), **김윤창**(영어)
그림_김서인

옛날 옛날에 "란나"라는 나라를 다스리는 왕이 있었어요.
란나의 왕은 미얀마의 침략을 받아 군대와 함께 "깜팽펫" 지역으로 도망을 가
새로운 국가 "뜨라이뜨릉"을 건립하였어요.
그 후 왕은 4대에 이어 "뜨라이뜨릉"을 다스렸어요.
란나 4세의 딸은 그 나라에서 외모가 가장 뛰어난 공주였어요.

ในกาลอันล่วงเลยมานานแล้ว ยังมีกษัตริย์ไทยพระองค์หนึ่ง ครอง
เมืองอยู่ในเขตลานนาไทย
ต่อมาถูกกษัตริย์มอญรุกรานจนต้องอพยพไพร่พลบ้านเมืองมาตั้ง
เมืองใหม่ใกล้เคียงกับเมืองกำแพงเพชร ใช้ชื่อนครที่สร้างใหม่ว่า
ไตรตรึงส์
และได้ครอบครองนครนี้สืบวงศ์ต่อกันมาถึงสี่ชั่วกษัตริย์
กษัตริย์ไตรตรึงส์องค์ที่สี่นั้น มีพระธิดานางหนึ่งเลื่องลือกันไปทั่วว่า
สิริโฉมงดงามยิ่งนัก

공주는 어렸을 때부터 아버지의
극진한 사랑과 보호를 받으며 자랐어요.
그러던 어느 날, 신의 영감을 받은 공주는
가지를 먹고 싶은 생각이 들어
큰 가지를 가져 오라고
궁녀에게 시켰어요.

เป็นที่รักหวงแหนของพระบิดามาตั้งแต่ยัง
ทรงพระเยาว์จนเจริญวัย
พระธิดาใช้ชีวิตอย่างมีความสุขอยู่ในวัง
แห่งนครไตรตรึงส์ตลอดมา
อยู่มาวันหนึ่งเทวดาดลใจให้อยากเสวย
มะเขือจึงใช้ให้นางข้าหลวงออกไปเที่ยว
เสาะหาลูกมะเขือผลโตๆ มาให้เสวยอยู่
เสมอไม่ได้ขาด

한편, "뜨라이뜨릉"에는 '쌘뽐'이라는 가난한 남자가 살고 있었어요.
그는 온몸이 크고 작은 종양으로 덮혀 있었고,
사람들이 가까이 접촉하기 꺼릴 정도로 못 생겼어요.

**ในเมืองไตรตรึงส์นี่ ยังมีชายยากจนเข็ญใจผู้หนึ่งชื่อ แสนปม
เพราะทั่วร่างกายของเขาจะมีหูดปมขึ้นอยู่เต็มไปหมด อัปลักษณ์
จนคนที่พบเห็นไม่อยากจะเข้าใกล้**

'쌘뽐'은 가지를 길러 팔아 생계를 이어갔는데, '쌘뽐'이 기르던 가지는 소변을 물 대신 주었기 때문에 다른 곳의 가지보다 영양이 좋아 크기가 컸어요. 궁녀가 '쌘뽐'의 밭에서 나는 큰 가지를 보고 사려고 다가갔어요.

เขาหาเลี้ยงตัวเองด้วยการปลูกมะเขือขาย ที่ไร่ของนายแสนปมนี้ผล มะเขือจะโตกว่าที่อื่น เพราะนายแสนปมใช้ถ่ายปัสสาวะรดแทนน้ำ เมื่อนางข้าหลวงผ่านมาเห็นมะเขือที่ไร่ของแสนปมลูกโตกว่าที่ได้ พบเห็นมา จึงตรงเข้าไปขอซื้อ

'쌘뽐'은 자기 밭에서 키운 가지 중 가장 예쁜 것을
몇 개 골라 돈을 받지 않고 궁녀에게 주었어요.
궁녀는 궁으로 돌아가 가지를 깨끗이 씻어 바구니에 담아 공주에게 드렸어요.

นายแสนปมคัดผลมะเขือที่งามที่สุดในไร่ใส่ตะกร้าส่งให้นางข้าหลวง
นำไปถวายพระธิดา โดยไม่ขอรับเงินแม้แต่น้อย
นางข้าหลวงรีบเข้าวังแล้วนำผลมะเขือไปล้างทำความสะอาดจัดใส่
พานถวายแด่พระธิดาในทันที

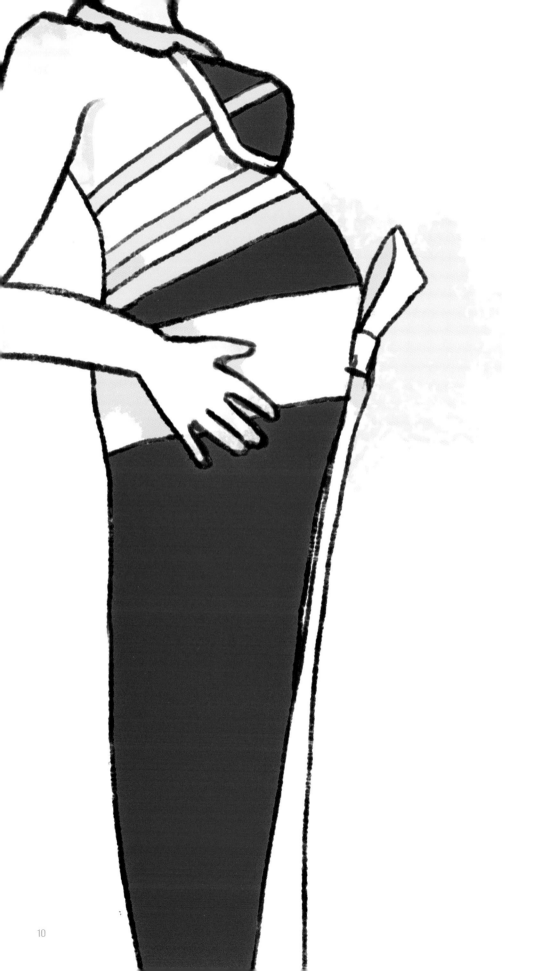

공주는 맛있게 가지를 먹었고 며칠 후 임신을 하게 되었어요.
시간이 지나 공주는 아들을 낳았어요.
하지만 아들의 아버지가 누구인지는 아무도 몰랐어요.
왕은 손자의 친아버지가 궁금했지만
천민의 핏줄은 아닐 거라 생각하며, 아이를 정성껏 돌보아 주었어요.
왕의 사랑을 받으며 아이는 무럭무럭 자랐어요.

พระธิดาเสวยผลมะเขืออย่างมีความสุขแล้ว เวลาผ่านไปไม่กี่วันก็มี
อาการเหมือนกำลังตั้งครรภ์
และเมื่อครบกำหนดก็ได้ประสูติพระกุมารพระองค์หนึ่ง
แต่มิทราบได้ว่าผู้ใดเป็นบิดา
เป็นความอดสูเศร้าหมองของท้าวไตรตรึงส์อยู่ตลอดเวลา
กุมารองค์น้อยค่อยๆเจริญขึ้น แต่ท้าวไตรตรึงส์ยังมั่นในพระทัยว่า
พระกุมารนี้มิใช่เชื้อสายของคนไพร่สถุลต่ำ จึงได้เลี้ยงดูพระธิดา
และพระกุมารไว้ในวัง

시간이 흘러 왕은 손자의 친아버지가 누구인지 밝히기 위해
귀족, 평민, 천민 등 계급에 상관없이 모든 남자들에게
음식을 하나씩 준비하도록 한 후 광장으로 불러 모았어요.
왕은 신에게 자신의 손자가
친아버지의 음식만 받을 수 있게 해달라고 기도했어요.
여러 명의 남자들이 자신이 생각하기에 가장 맛있어 보이는 음식을 가지고
광장에 모였어요. '쌘뽐' 역시 음식을 가지고 광장으로 왔어요.
하지만 가난한 '쌘뽐'은 식은 밥 한 덩어리만을 가지고 왔어요.
남자들이 차례로 줄을 서서 왕의 손자에게 음식을 바쳤지만
손자는 아무 음식도 받지 않았어요.
드디어 '쌘뽐'의 차례가 되자 '쌘뽐'은 식은 밥을 손에 들고,
손자에게 바쳤어요. 그런데 그때, 아무도 예상하지 못한 일이 일어났어요.
손자가 걸어와서 그 식은 밥을 가지고 간 거예요.

จนถึงเวลาอันสมควรที่จะพิสูจน์ด้วยการเสี่ยงบารมีว่ามีผู้ใดเป็น
บิดาของพระกุมารนั้นครั้นเมื่อถึงวันที่เสี่ยงทายหาตัวบุคคลที่เป็น
บิดาของพระกุมาร ท้าวไตรตรึงส์จึงมีคำสั่งให้ป่าวประกาศถึงเจ้า
นาย ขุนนางและบ้านไพร่พลเมืองล้วนบรรดาที่เป็นชาย มาประชุม
พร้อมกันที่หน้าพระลาน ให้แต่ละคนตระเตรียมของกินติดมือมา
คนละหนึ่งอย่าง
แล้วท้าวไตรตรึงส์ก็ทำพิธีเสี่ยงทาน ขออำอาจเทวดาทรงแสดงให้
เห็นประจักษ์ว่า ถ้าผู้ใดเป็นบิดาของพระกุมาร ก็จะขอให้พระกุมาร
รับของกินจากมือผู้นั้นโดยเฉพาะ
เมื่อถึงวันที่กำหนดเสี่ยงทาย ผู้คนที่เป็นชายต่างมาชุมนุมกัน
มากมาย แต่ละคนนำของกินที่ตนเห็นว่าน่ากินที่สุดติดมือมาทุกคน

ไม่เว้นแม้แต่นายแสนปม ด้วยความเป็นคนยากจนจึงมีแต่ก้อนข้าว
เย็นก้อนหนึ่งมาชูถวายพระกุมาร

ผู้คนที่เป็นชายต่างเดินเรียงแถวเข้ามาถวาย
ของกิน แต่พระกุมารก็มิได้รับของจากผู้ใดเลย
และเมื่อถึงคราวของนายแสนปม เขาชูมือขึ้น
แล้วยื่นก้อนข้าวเย็นส่งให้พระกุมาร
ไม่มีใครคาดคิดว่าพระกุมารเดินมา
รับก้อนข้าวเย็นจากมือนาย
แสนปม

이 때문에 천민이고 외모도 못생긴 '쌘뽐'이
왕의 사위이자, 왕손의 아버지로 지목되었어요.
왕은 결과를 보자마자 매우 화를 냈어요.

จึงเป็นอันแน่ชัดตามคำเสี่ยงทายของท้าวไตรตรึงส์ ว่านายแสน
ปมบุรุษอัปลักษณ์ผู้นั้นเป็นบิดาของพระกุมารและเป็นราชบุตรเขย
ของท้าวพระยามหากษัตริย์ผู้ยิ่งใหญ่
เมื่อผลปรากฏออกมาเป็นเช่นนี้ก็ย่อมเป็นธรรมดาอยู่ที่ท้าวไตรตรึง
ส์จะกริ้วโกรธเป็นอย่างยิ่ง

왕은 공주가 천민과 사귀어 아이까지 낳은 사실을 받아들이지 못해 공주와
'쌘뽐' 그리고 손자 모두를 자신의 땅에서 쫓아냈어요.
도시에서 쫓겨난 세 사람은 이곳저곳을 떠돌아다니며 힘든 생활을 했어요.
하지만 '쌘뽐'은 덕이 많은 사람이었어요.
세 사람 모두 전생에 많은 선행을 했기 때문에 '제석신*'은
선한 '쌘뽐' 가족의 어려움을 그냥 보고만 있지 않았어요.

* 제석신 : 영어로 Indra – 수명·자손·운명·농업 등을 관장하고 하나님의 성격을 갖은 것으로 믿어지는 신)

ทรงอดสูใจว่าพระธิดาคบชายชั่วสกุลไพร่เป็นสามีจึงมีคำสั่งให้ขับ
ไล่พระธิดา นายแสนปม และพระกุมาร ออกไปเสียจากเขตบ้าน
เขตเมืองของพระองค์ทันที
ทรงอดสูใจว่าพระธิดาคบชายชั่วสกุลไพร่เป็นสามีจึงมีคำสั่งให้ขับ
ไล่พระธิดา นายแสนปม และพระกุมาร ออกไปเสียจากเขตบ้าน
เขตเมืองของพระองค์ทันที
แต่นายแสนปมเป็นผู้ที่มีบุญ เกิดมาเป็นคู่ครองของพระธิดาและ
เป็นบิดาของพระกุมาร ด้วยทั้งสามเป็นผู้ร่วมบุญร่วมบารมีกันมา
ความลำบากของทั้งสามคนจึงร้อนไปถึงพระอินทร์

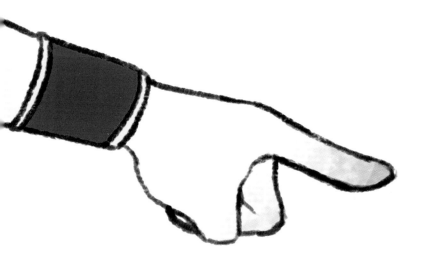

제석신은 하늘나라에서 내려와 '쌘뽐'에게 '인타페리'라는 북을 건네주며
세 가지 소원을 들어주겠다고 약속했어요.
그러고는 소원을 말하고 북을 치면 그 소원이 이루어질 것이라고 말했어요.

จึงเสด็จลงมาจากสวรรค์และได้ประทานกลองอินทเภรีให้แก่นาย
แสนปมโดยกำหนดไว้ว่า ให้ตั้งความปรารถนาได้สามครั้ง ตั้งสัตย์
อธิษฐานตามความปรารถนาประการใดแล้วก็ให้ตีกลองขึ้นหน
หนึ่งความปรารถนานั้นก็จะได้สมดังที่ตั้งใจสามข้อ

'쌘뽐'은 북을 받고는 세 번 두드리며 소원을 빌었어요.
첫 번째 소원은 자신의 신체에 돋은 종양이 사라지기를 빌었고,
두 번째 소원은 자신이 새로운 도시에서 아내와 함께 살 수 있기를 빌었고,
세 번째 소원은 아들의 명예가 널리 퍼지도록
금으로 만든 요람을 달라고 빌었어요.

นายแสนปมรับกลองมาแล้วก็ตีขึ้นสามครั้ง ครั้งแรกขอให้หูด
ปมตามร่างกายหายและมีรูปงามดังเทพบุตร ครั้งที่สองขอให้มี
นครใหม่เกิดขึ้นด้วยอำนาจเทวฤทธิ์ สำหรับที่ตนจะได้ครองคู่กับ
พระธิดา และครั้งที่สาม นายแสนปมขอให้มีอู่ทอง สำหรับจะได้
ประกอบเกียรติยศของพระกุมารให้เป็นที่เลื่องลือปรากฏไกล

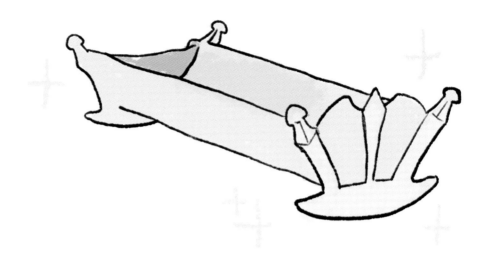

'쌘뽐'이 북을 다 두드리자 그의 세 가지 소원이 이루어졌어요.
'쌘뽐'의 가족은 새로 설립한 도시에서 오래오래 행복하게 살았어요.

ความปรารถนาทั้งสามประการนั้นก็ได้สำเร็จตั้งแต่สิ้นเสียงกลอง
อินทเภรีนั้น
นายแสนปมก็ได้เป็นเจ้าครองนครคู่กับพระธิดาเป็นสุขสวัสดีแต่
กาลบัดนั้น

그리고 시간이 흘러 '쌘뽐'의 아들은 "아유타야"를 건국한 왕이 되었어요.
이 왕의 이름은 금으로 만들어진 요람을
뜻하는 '우텅'이라고 전해집니다.

นายแสนปมผู้นี้ตำนานกล่าวว่าเป็นต้นวงศ์อู่ทองคือ เป็นพระราช
บิดาของพระเจ้าอู่ทองผู้ทรงสร้างกรุงศรีอยุธยา

-THE END-

Saenbbom

ท้าวแสนปม

Once upon a time, there was a king who ruled over a country called Lanna.

One day, the Kingdom of Lanna was invaded by Myanmar, so the king fled to Kamphaeng Phet Province with his army and founded a new nation called Draithreung. Afterwards, Draithreung Dynasty ruled the province for four generations.

The fourth king of Draithreung had a daughter--a princess who was said to be the most beautiful woman in the kingdom.

The princess grew up under the love and protection of her father.

But one day, the princess was inspired by the gods to eat an eggplant, so she ordered a court lady to fetch her one.

Meanwhile, there was a poor man who lived in the province named Saenbbom.

His body was covered with tumors both large and small, and he was so ugly that no one could bear being near him.

He made a living selling eggplants, and his eggplants were healthier and larger than others' because he fertilized it with urine instead of water.

The court lady approached Saenbbom's farm to buy his eggplants after seeing how huge they were.

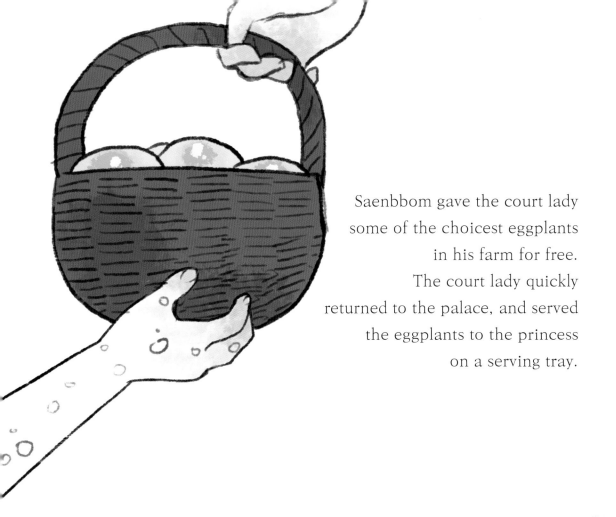

Saenbbom gave the court lady
some of the choicest eggplants
in his farm for free.
The court lady quickly
returned to the palace, and served
the eggplants to the princess
on a serving tray.

The princess happily ate the eggplants,
and became pregnant a few days later.
Few months later, she gave birth to a son.
However, no one knew who the father of
the princess' son was.
The king of Draithreung wondered about
the identity of the father of his grandson.
As the baby grew, the king never imagined
that the father of his grandson would be
someone of low class, and he took loving
care of his grandson.

More time passed, and the king
ordered all men, despite their social
class, to gather at the plaza with
a dish in order to find out who
the father of his grandson is.
The king of Draithreung prayed
to the gods that his grandson would
only accept the food of his true father.
Many men gathered at the square with
their most delicious dishes.

Saenbbom also brought a dish with him.
However, as Saenbbom was still very poor, he only brought a cold
bowl of rice.
Men served up their dishes in order, but the king's grandson did not
accept any of them.
Finally, Saenbbom's turn came, and he held up his cold bowl of rice
in his hand, and served it to the king's grandson.
Then, quite unexpectedly, the grandson walked towards Saenbbom
and took the cold bowl of rice with him.

Saenbbom, who was ugly and
came from the lowest class, was
confirmed as the father of the
king's grandson, and also as the
king's son-in-law!
The king of Draithreung became
extremely angry as he witnessed
what happened and realized
what it meant.

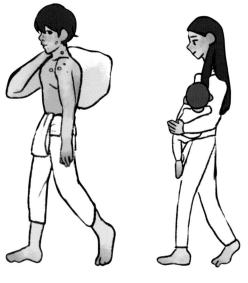

The king could not accept the fact
that the princess dated and had a baby
with someone of such low class,
so he expelled the princess, Saenbbom,
and his grandson from the kingdom.
The exiled family led a difficult life
wandering from place to place.
However, as Saenbbom was a virtuous
person and all three members of his family perfomed many good
deeds in their past lives, Indra did not sit by and let them suffer in
difficulty.

Indra came down from the heav-
ens and gave Saenbbom a drum
called "intaferi", promising that
it will fulfill three of his wishes.
Indra explained that Saenbbom
just needed to make his wish
while playing the drum, and it
will come true.

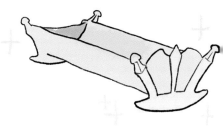

Upon receiving the drum, Saenbbom made his three wishes while playing the drum.

First, he wished for all of his tumors to disappear,

Second, he wished to live in a new city with his wife

Third, he wished for a golden cradle for his son, that would bring honor his son throughout the world.

As soon as he played the drums, his wishes came true!

The family of Saenbbom lived happily ever after in a newly founded city.

Time passed, and the son of Saenbbom became the founder of Ayutthaya.

The name of the king of Ayutthaya was "Utong", which meant "cradle of gold and silver".

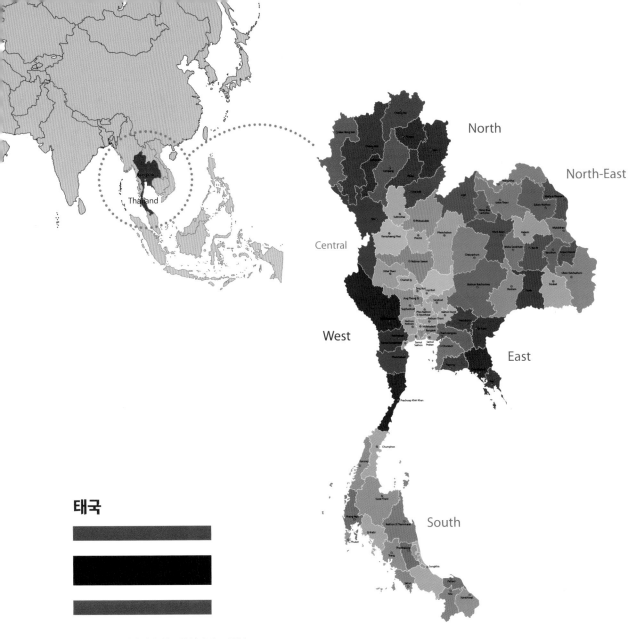

태국

- 위치 : 동남아시아 인도차이나반도 중앙
- 수도 : 방콕
- 언어 : 타이어
- 종교 : 불교(94.6%), 이슬람교, 기타
- 정치·의회 형태 : 국왕, 입헌군주제, 양원제

태국의 정식 명칭은 '타이왕국'입니다. 모든 예술 분야에서 왕국의 이미지가 물씬 풍기는데요. 건축 양식은 보통 목재로 지은 불교 사원에서 찾아볼 수 있으며, 종교적인 색채가 압도적인 미술은 인도와 스리랑카에서 전해진 전통에 바탕을 둔 것으로 보입니다. 문학가는 역사적으로 왕들에 의해 육성되었으며, 왕들 자신이 뛰어난 문학작품을 쓰기도 했습니다. 가장 초기의 문학인 수코타이 시대(13~14세기 중엽)의 작품은 주로 명각으로 남아 있으며, 당시의 생활상을 생생하게 설명해주고 있습니다.